എലീസ റോസ്

GIRL WITH DISTRESS MEMOIR

ബെന്യ ബെൻസൺ

ISBN 979-888569474-2

ഞാൻ എന്റെ കുടുംബത്തിനും സുഹൃത്തുക്കൾക്കും ഇത്
സമർപ്പിക്കുന്നു.

ഉള്ളടക്കം

കടപ്പാട്

കുടുംബത്തിനും സുഹൃത്തുക്കൾക്കും കടപ്പാട്.

1

Eliza Rose

റോസ് അവിടെ വീണു. എയ്ഡൻ അവളെ താങ്ങിപ്പിടിച്ചു. എയ്ഡൻ: "റോസ്.. റോസ്.....എഴുന്നേൽക്കൂ." പക്ഷേ, നേരിയൊരു ശ്വാസോച്ഛ്വാസം അല്ലാതെ മറ്റൊരു അനക്കവും അവൾക്കില്ലായിരുന്നു. എയ്ഡൻ റോസിനേയും പൊക്കിയെടുത്ത് റൂമിലേയ്ക്ക് കൊണ്ടുപോയി അവിടെ കിടത്തി, തന്റെ പപ്പയെ വിളിക്കാനായി പോയി. എയ്ഡൻ തന്റെ പപ്പയായ സക്കറിയെയും കൂട്ടി റോസിനെ കിടത്തിയിരിക്കുന്നിടത്ത് കൊണ്ടുവന്നു. റോസിൻറെ അവസ്ഥ കണ്ട് പേടിച്ച സക്കറിയ എയ്ഡനോടു ചോദിച്ചു: "റോസിനെന്തുപറ്റി എയ്ഡൻ?"

എയ്ഡൻ: "അത്.. പപ്പ..ഞാൻ.." സക്കറിയ: "എനിക്കത് അറിഞ്ഞേ പറ്റൂ. റോസ് ഒരു പെൺകുട്ടിയാ. അവൾക്കെന്തു സംഭവിച്ചു?" എയ്ഡൻ: "അത് ഞാൻ പപ്പയോടെങ്ങിനെ പറയും?" സക്കറിയ: "അതെന്താ എന്നോട് പറയാൻ പറ്റാത്തത്? നിൻറെ നല്ലൊരു സുഹൃത്തിൻറെ സ്ഥാനത്ത് കണ്ട് കാര്യം പറയൂ." എയ്ഡൻ നടന്ന സംഭവങ്ങൾ ഓരോന്നായി വിവരിക്കാൻ തുടങ്ങി: "ഏട്ടൻറെ വിവാഹപ്പാർട്ടിയിൽ വച്ച് റോസിനെ കണ്ട് എനിക്കിഷ്ടമായത് ഞാൻ പപ്പയോടു പറഞ്ഞിരുന്നല്ലോ. അത് പപ്പ അവളോടും പറഞ്ഞു. എന്നിട്ട് നമ്മുടെ വീട്ടിലെ ലൈബ്രറിയിൽ റോസിനെ എനിക്ക് ഒറ്റയ്ക്ക് കിട്ടി. ഞാൻ നേരിട്ട് എൻറെ ഇഷ്ടം തുറന്നു പറഞ്ഞു. എന്നിട്ട്....എന്നിട്ട്.." സക്കറിയ: "എന്നിട്ടെന്താ സംഭവിച്ചത്?" എയ്ഡൻ: "എന്നിട്ട്... ഞാൻ റോസിനെ കിസ്സ് ചെയ്തു." സക്കറിയ: "നീയെന്താ ഇപ്പൊ പറഞ്ഞത്? നിനക്ക് സ്വബോധം നഷ്ടപ്പെട്ടോ എയ്ഡൻ?" എയ്ഡൻ: "അന്നേരത്ത് അവളെ അങ്ങനെ കണ്ടപ്പോൾ എൻറെ മനസ്സിൻറെ നിയന്ത്രണം വിട്ടുപോയി പപ്പ. സോറി. പക്ഷേ ഞാൻ റോസിനെ മറ്റൊന്നും ചെയ്തില്ല." സക്കറിയ: "നീ സത്യമാണോ പറയുന്നത്. നീ അവളെ മറ്റൊന്നും ചെയ്തിട്ടില്ലല്ലോ. എനിക്ക് നീ പറഞ്ഞത് തന്നെ ഇതുവരെ ഉൾക്കൊള്ളാനായിട്ടില്ല." എയ്ഡൻ: "വിശ്വസിക്ക് പപ്പ. ഞാൻ

പറഞ്ഞത് സത്യമാണ്." സക്കറിയ: "അവിടെ സിസിടിവി ഉണ്ടല്ലോ. ഞാൻ അതിൻറെ വിഷ്വൽസ് പരിശോധിച്ചിട്ട് അത് തീരുമാനിക്കാം." സക്കറിയ അത് പരിശോധിച്ചു. പക്ഷേ, എയ്ഡൻ പറഞ്ഞതിനപ്പുറം ഒന്നും അവിടെ സംഭവിച്ചിരുന്നില്ല.

2

എയ്ഡൻ റോസിനെ കണ്ടുമുട്ടി

റോസിൻറെ നിലയ്ക്ക് മാറ്റമൊന്നുമുണ്ടായിരുന്നില്ല. സക്കറിയ അവളുടെ പൾസ് പരിശോധിച്ചു. അത് സാധാരണഗതിയിൽനിന്ന് വളരെ കുറവായിരുന്നു. സക്കറിയയും എയ്ഡനും കൂടി റോസിനെ ഹോസ്പിറ്റലിൽ കൊണ്ടുപോയി. ചെക്കപ്പ് നടന്നു കൊണ്ടിരുന്നപ്പോൾ എയ്ഡൻ റോസിനെ പരിചയപ്പെട്ടതെല്ലാം ഓരോ സന്ദർഭങ്ങളായി ഓർമ്മയിൽ കൊണ്ടുവന്നു. എലീസ റോസ് ഒരു സാധാരണകുടുംബത്തിലെ പെൺകുട്ടിയാണ്. ഒരു പാവം സുന്ദരിക്കുട്ടി. നന്നായി പഠിക്കുകയും ചെയ്യും. സക്കറിയ, റോസിൻറെ പഴയ കോളേജ് പ്രൊഫസറായിരുന്നു. റോസിൻറെ പുസ്തകവായനയിലെ ഇഷ്ടം കണ്ടാണ് സക്കറിയ തൻറെ സ്വന്തം ലൈബ്രറിയിൽ അവൾക്ക് പൂർണ്ണസ്വാതന്ത്രം നൽകിയത്. അതുമാത്രമല്ല, സക്കറിയയുടെ കരിയറിലെ ബെസ്റ്റ് സ്റ്റുഡൻറ് ആണ് റോസ്. മിക്കപ്പോഴും അവൾ അവരുടെ ലൈബ്രറിയിൽത്തന്നെയായിരിക്കും. പുസ്തകങ്ങളുടെ കൂട്ടുകാരിയാണവൾ. എയ്ഡൻ മറ്റൊരു രാജ്യത്തിൽ. ജോലിക്കുപോയിരുന്ന സമയത്താണ് റോസ് അവരുടെ ലൈബ്രറിയിൽ പുസ്തകം വായിക്കാനെത്തിയിരുന്നത്. അതുകൊണ്ട് എയ്ഡൻ അവളെ കണ്ടിട്ടേയില്ല. പക്ഷേ, എയ്ഡൻറെ ഏട്ടൻ ബ്രയൻറെ വിവാഹത്തിന് അവന് നാട്ടിൽ വരേണ്ടി വന്നു. അപ്പോഴാണ്, തങ്ങളുടെ ലൈബ്രറിയിൽ പുസ്തകം വായിച്ചുകൊണ്ടിരിക്കുന്ന ഒരു കുട്ടിയെ അവൻ കാണാനിടയായത്. അത് എലീസയായിരുന്നു. അവൻ സക്കറിയയോട് അവളെക്കുറിച്ചുള്ള വിവരങ്ങൾ അന്വേഷിച്ചു. ഏട്ടൻറെ വിവാഹപാർട്ടി സമയത്തിലും എയ്ഡൻ അവളെ കണ്ടു. റോസ് സക്കറിയയ്ക്ക് തൻറെ കുടുംബത്തിലെ ഒരംഗത്തെ പോലെയായിരുന്നതുകൊണ്ട് വിവാഹത്തിന് ബ്രയൻറെ സഹോദരിയുടെ സ്ഥാനത്താണ് അവളെ കണ്ടത്. റോസ് തനിക്കാവുന്ന സഹായമെല്ലാം ചെയ്തുകൊണ്ട് രണ്ടു ദിവസം മുഴുവൻ അവിടെയുണ്ടായിരുന്നു. എയ്ഡൻ എലീസയോട് തനിക്ക് തോന്നിയ ഇഷ്ടം

സക്കറിയയോടു തുറന്നു പറഞ്ഞു. അദ്ദേഹത്തിനും സന്തോഷം തോന്നിയ കാര്യമായിരുന്നു അത്. റോസിനെ തന്റെ മകളുടെ സ്ഥാനത്തു കിട്ടാൻ അദ്ദേഹം അതിയായി ആഗ്രഹിച്ചിരുന്നു. റോസിനോട് അക്കാര്യം നേരിട്ട് പറയുകയും ചെയ്തു. തന്റെ പപ്പയോടും മമ്മയോടും സംസാരിക്കാനാണ് അവൾ പറഞ്ഞത്. ഒരു വിധത്തിൽ അതല്ലേ ശരി. സക്കറിയ സമ്മതിച്ചു. വിവാഹം കഴിഞ്ഞതിന്റെ പിറ്റേദിവസം റോസ് പുസ്തകം വായിക്കാൻ എത്തിയിരുന്നു. അവിടെ ലൈബ്രറിയിൽ റോസ് ഒറ്റയ്ക്കായിരുന്നു. എയ്ഡൻ അവിടെക്കൂടെ പോയപ്പോഴാണ് റോസിനെ ലൈബ്രറിയിൽ വച്ച് കണ്ടത്. അവൻ അങ്ങോട്ട് നടന്നു. അവൾ തന്റെ പുസ്തകത്തിൽ മുഴുകിയിരിക്കുകയായിരുന്നു. എയ്ഡനെ കണ്ടതുപോലുമില്ല. അവൻ റോസിനോട് കുശലാന്വേഷണം നടത്തിക്കൊണ്ടിരുന്നപ്പോഴാണ് സക്കറിയ എയ്ഡനെ എന്തോ ആവശ്യത്തിനായി വിളിച്ചത്. അവനങ്ങോട്ടു ചെന്നു. കുറച്ചു കഴിഞ്ഞ് എയ്ഡൻ തിരിച്ചു വന്നപ്പോഴേക്കും, റോസ് മറ്റൊരു പുസ്തകം എടുക്കാൻ പോയിരുന്നു. ലൈബ്രറിയിലെ ഏറ്റവും അറ്റത്തുള്ള ഷെൽഫിനടുത്താണ് അവൾ നിന്നിരുന്നത്. എയ്ഡൻ അങ്ങോട്ടു പോയി. പുസ്തകം എടുത്ത് തിരിഞ്ഞ എലീസ കണ്ടത് തന്നെ നോക്കി നിൽക്കുന്ന എയ്ഡനെയാണ്. പെട്ടെന്ന് അവൾ പേടിച്ച് പോയി. റോസിന്റെ കയ്യിലെ പുസ്തകം താഴെ വീണു. എയ്ഡൻ അതെടുക്കാൻ കുനിഞ്ഞതും എലീസ അതെടുത്തു. എന്നിട്ട് താങ്ക്സ് പറഞ്ഞ് അവിടെനിന്ന് ഒഴിഞ്ഞുമാറാൻ നോക്കിയതും എയ്ഡൻ അവളോടടുത്തു വന്നു. എലീസ പുറകിലേക്ക് നടന്നു. അവൻ കൂടുതൽ അടുത്ത് വന്നു. എലീസയ്ക്ക് മാറാൻ പറ്റാത്തവിധം എയ്ഡൻ അവളുടെ മുന്നിൽ നിന്നു. എന്നിട്ട് പറഞ്ഞു: "എനിക്ക് നിന്നെ ഒരുപാടിഷ്ടമാണ് എലീസ. ഞാൻ നിന്നെ വിവാഹം കഴിച്ചോട്ടെ?" അതിനെന്തെങ്കിലും പറയാൻ കഴിയും മുമ്പ് എയ്ഡൻ അവന്റെ ചുണ്ട് എലീസയുടെ മനോഹരമായ ചുണ്ടുകളിലമർത്തി. അവളുടെ കണ്ണുകൾ വിടർന്നു. എലീസ അവനെ ഒരു കൈകൊണ്ട് തള്ളിമാറ്റാൻ നോക്കിയപ്പോൾ എയ്ഡൻ അവളുടെ കൈയിൽ പിടിച്ചു. കുറച്ചു നിമിഷം കഴിഞ്ഞതും എലീസയുടെ വിടർന്ന കണ്ണുകൾ പതിയെ അടയുകയും ഒരു വാടിയ പൂവിന്റെ ലാഘവത്തോടെ എലീസ താഴേക്ക് വീണു. ഒരു പൂവിന്റെ ലാഘവത്തോടെ അവൾ താഴേക്കു വീഴുകയും ചെയ്തു. അവൻ അവളെ താങ്ങിയെടുത്തു.

ഇത്രയും ഓർത്തതും ഡോക്ടർ ചിന്തകളിൽ മുഴുകിയിരുന്ന എയ്ഡനെ തട്ടിവിളിച്ചതും ഒരുമിച്ചായിരുന്നു.

3

എലീസയ്ക്ക് എന്ത് സംഭവിച്ചു?

എയ്ഡൻ: "ഡോക്ടർ, എലീസയ്ക്ക് എങ്ങനെയുണ്ട്. അവൾക്കെന്തൊ സംഭവിച്ചത്?" ഡോക്ടർ: "ഞാൻ വിചാരിച്ചു നിങ്ങളെല്ലാം അറിഞ്ഞിട്ടാണ് എലീസയെ ഇവിടെ കൊണ്ടുവന്നതെന്ന്. എലീസയുടെ ശരീരത്തിൽ പോയ്സണിൻറെ അംശം ഉണ്ട്. ഏതോ മാരകവിഷം ഉള്ളിൽ ചെന്നാണ് അവളുടെ ബോധം നശിച്ചത്. എത്രയും പെട്ടെന്ന് അതിൻറെ അംശം ശരീരത്തിൽ നിന്ന് നീക്കം ചെയ്തില്ലെങ്കിൽ എലീസയുടെ ജീവനപകടമാണ്. നിങ്ങൾ തീരുമാനിക്കൂ." സക്കറിയ: "ഞങ്ങൾ എന്തുവേണമെങ്കിലും ചെയ്യാം ഡോക്ടർ. അടുത്ത നീക്കം നടത്തിക്കൊള്ളൂ. ഞങ്ങൾക്ക് വേണ്ടപ്പെട്ട ഒരു കുട്ടിയാണ് റോസ്. പണത്തിൻറെ കാര്യം ഡോക്ടർ നോക്കണ്ട." ഡോക്ടർ: "എനിക്ക് ചെയ്യാൻ പറ്റുന്നതിൽ ഒരു പരിധിയുണ്ട്. എന്നാലും ഞാൻ പരമാവധി ശ്രമിക്കാം. നിങ്ങൾ വിഷമിക്കാതിരിക്ക്." ഡോക്ടർ പോയതിനുശേഷം എയ്ഡനും സക്കറിയയും സംസാരിക്കാൻ തുടങ്ങി.

എയ്ഡൻ: "എന്നാലും പപ്പ റോസിൻറെ ബോധിയിലെങ്ങനാ പോയ്സൻറെ പ്രസൻസ് വന്നത്?" സക്കറിയ: "അതാണ് എനിക്കും മനസ്സിലാവാത്തത്. എയ്ഡൻ നീ റോസിനെ എന്തേലും ചെയ്തോ?" എയ്ഡൻ: "ഇല്ല പപ്പ. ഞാൻ ഒന്നും ചെയ്തില്ല. പപ്പ സിസിടിവി ചെക്ക് ചെയ്തതല്ലേ?" സക്കറിയ: "അതും ശരിയാ. നമുക്ക് ആ സിസിടിവി വിഷ്വൽസ് ഒന്നുകൂടി നന്നായി പരിശോധിച്ചാലോ?" എയ്ഡൻ: "നമുക്ക് അങ്ങനെ ചെയ്യാം. ഞാൻ പോയി നോക്കാമത്. പപ്പ റോസിനെ നോക്കിയാൽ മതി. അവളുടെ ബോധം വരുമ്പോൾ എന്നെ അറിയിക്കണം." സക്കറിയ: "ശരി നീ പോയിട്ട് വാ." അങ്ങനെ എയ്ഡൻ വീട്ടിലേക്ക് പോയി. വിഷ്വൽസ് ചെക്ക് ചെയ്തു. എയ്ഡനും റോസും കണ്ടുമുട്ടുന്ന സന്ദർഭം വ്യക്തമാണ്. എയ്ഡൻ അത് സൂം ചെയ്ത് നോക്കി. എയ്ഡനെ തള്ളിമാറ്റാൻ നോക്കിയതിനൊപ്പം അവൾ തൻറെ മറുകൈയിൽനിന്ന് ഒരു കുഞ്ഞുകുപ്പി വലിച്ചെറിയുന്നതാണ് കണ്ടത്.

എയ്ഡൻ ലൈബ്രറിയിൽ പോയി ആ സ്ഥലം മുഴുവൻ പരിശോധിച്ചു. ഒരു മേശയ്ക്കടിയിൽനിന്ന് റൈസിൻ എന്ന മാരകവിഷത്തിൻെറ കുപ്പിയാണ് കണ്ടെത്തിയത്. അതുമാത്രമല്ല, അവളുടെ കൈയിൽ അവസാനമായിരുന്ന പുസ്തകം 'മാസ്റ്റർ ഓഫ് പോയ്സൺസ്' എന്ന ബുക്കായിരുന്നു. എയ്ഡന് എല്ലാം വ്യക്തമായില്ല. അവൻ തിരിച്ച് ഹോസ്പിറ്റലിലേക്ക് പോയി. സക്കറിയയോട് എല്ലാം പറഞ്ഞു. അദ്ദേഹത്തിനും അധികം ഒന്നും മനസ്സിലായില്ല. അവർ റോസ് ഉണരാൻ വേണ്ടി കാത്തിരുന്നു. പക്ഷേ, മൂന്ന് ദിവസത്തേക്ക് അവളിൽ മാറ്റമൊന്നും കണ്ടില്ല. എയ്ഡൻ തൻെറ പപ്പയോടു പറഞ്ഞു: "പപ്പയ്ക്ക് റോസിൻെറ പേരൻറ്സിനെക്കുറിച്ചൊന്നും അറിയില്ലേ?" സക്കറിയ:"ഇല്ല എയ്ഡൻ. എനിക്കവരെക്കുറിച്ചൊന്നുമറിയില്ല. സ്കൂളിലായിരുന്നപ്പോൾപ്പോലും അവളുടെ നല്ല മാർക്കുകാണാനും സ്കോളർഷിപ്പുകളിൽ അവൾ പ്രൈസ് വാങ്ങുന്നതും കാണാൻ അവരുണ്ടാവുമായിരുന്നില്ല. അവളുടെ വീടുപോലും എനിക്കറിയില്ല. നമുക്ക് തൽക്കാലം റോസിനെ നമ്മുടെ വീട്ടിൽ പരിപാലിക്കാം. നാലാമത്തെ ദിവസം എലീസയ്ക്ക് ബോധം വന്നു. അന്നുതന്നെ അവർ അവളെ വീട്ടിലേക്ക് കൊണ്ടുപോയി. അവിടെ മികച്ച ശുശ്രൂഷ തന്നെ കൊടുത്തു. നല്ല സുഖമായതിനുശേഷം മാത്രമേ അവളോട് എന്തെങ്കിലും ചോദിക്കൂ എന്നവർ നിശ്ചയിച്ചു.

4

വീണ്ടുമൊരു ആത്മഹത്യാശ്രമം

ഏതാണ്ട് ഒരാഴ്ചയോളം റോസിന് ഒരാളുടെ സഹായമില്ലാതെ ഒന്നും ചെയ്യാൻ കഴിയുമായിരുന്നില്ല. അത്രയും ദിവസം എയ്ഡൻ തന്നെയാണ് റോസിൻറെ കാര്യങ്ങളെല്ലാം നോക്കിയിരുന്നത്. ഭക്ഷണം കൊടുക്കുന്നതു മുതൽ അവളെ നടക്കാൻ സഹായിച്ചിരുന്നതുവരെ എയ്ഡൻ തന്നെയായിരുന്നു. കുറച്ചുദിവസങ്ങൾക്കു ശേഷം അവൾ സ്വയം നടക്കാൻ ശ്രമിച്ചു തുടങ്ങി. അങ്ങനെയാണ് ഒരു ദിവസം സ്വന്തമായി നടന്ന് അവരുടെ പൂന്തോട്ടത്തിൽ അവൾ കാൽതെറ്റി വീഴുന്നത്. എയ്ഡൻ ഓടി വന്നു. ഒറ്റയ്ക്ക് പുറത്തിറങ്ങിയതിന് റോസിനെ സ്നേഹത്തോടെ ശകാരിച്ചു. റോസ്: "എനിക്ക് തന്നെ ഇഷ്ടപ്പെടാൻ കഴിയില്ല എയ്ഡൻ. എൻറെ ജീവിതസാഹചര്യങ്ങളോട് ഇണങ്ങാൻ എയ്ഡനാവില്ല." എയ്ഡൻ: "റോസ്, ഇങ്ങനെയൊന്നും പറയല്ലേ. നമ്മൾ ഒരുമിക്കാൻ പാടില്ലാത്ത എന്ത് സാഹചര്യമാണ് തനിക്കുള്ളത്? താനെന്തിനാ ആത്മഹത്യയ്ക്ക് ശ്രമിച്ചത്? അന്നെന്താ സംഭവിച്ചത്." റോസ്: "സമയമാകുമ്പോൾ എയ്ഡൻ അതറിയും. ഞാനായിട്ട് പറയേണ്ടിവരില്ല. ഇനി ഈ കൂടിക്കാഴ്ച എത്രകാലത്തേക്കെന്നുമറിയില്ല. സോറി എയ്ഡൻ ഫോർ എവരിതിങ്." എയ്ഡൻ: "എനിക്കിനി തന്നെ പിരിഞ്ഞിരിക്കാനാവില്ല. പ്ലീസ് എന്നെ മനസ്സിലാക്കൂ. നിന്നെയെനിക്ക് വേണം." ഇത് പറഞ്ഞ് എയ്ഡൻ റോസിനെ കെട്ടിപ്പിടിച്ച് അവളുടെ കവിളിൽ തലോടി. അവൾ നിഷേധിച്ചില്ല, ഒരു ചെറുപുഞ്ചിരി നൽകി. കാരണം റോസിനറിയാമായിരുന്നു അത് അവരുടെ അവസാന കൂടിക്കാഴ്ചയായിരിക്കുമെന്ന്. പക്ഷെ, ഈശ്വരൻ തീരുമാനിച്ചത് മറ്റൊന്നായിരിക്കും. എയ്ഡൻ റോസിനേയും കൈയിലെടുത്ത് റൂമിലേക്ക് നടന്നു. റോസ് വളരെയധികം ക്ഷീണിച്ചുറങ്ങുകയായിരുന്നു. അത് കണ്ട് സമാധാനത്തോടെ എയ്ഡൻ ഡോർ ചാരിയിട്ട് റോസിന് ഫുഡ് കുക്ക് ചെയ്യാനായി പോയി. കുറെക്കഴിഞ്ഞ് ഉണർന്ന എലീസ എയ്ഡനെ കാണാതെ ആശ്വാസത്തോടെ എഴുന്നേറ്റിരുന്നു. താനിനി എന്തുചെയ്യുമെന്നോർത്ത്

അവളവിടെ ചാരി ഇരുന്നു. അവൾക്കെങ്ങനെയെങ്കിലും മരിക്കണമായിരുന്നു. അവിടെ ഉണ്ടായിരുന്ന യൂക്കാലിപ്റ്റസ് ഓയിൽ എടുത്ത് കുടിച്ച് അവൾ അവിടെ വീണു. എയ്ഡൻ വന്നപ്പോൾ റോസ് മയങ്ങിക്കിടക്കുന്നതും അടുത്തായി ഓയിൽ ടിൻ തുറന്ന് കിടക്കുന്നതുമാണ് കണ്ടത്.ഒരുപാട് വിളിച്ചിട്ടും അവൾ ഉണർന്നില്ല.

5

എലീസയുടെ പാസ്റ്റ് അറിയാൻ എയ്ഡൻ ശ്രമിക്കുന്നു

എയ്ഡൻ തന്നെ ഡോക്ടറെ വീട്ടിലേക്ക് വിളിപ്പിച്ചു. അദ്ദേഹം പറഞ്ഞു: "എയ്ഡൻ തനിക്കൊന്നു ശ്രദ്ധിക്കാമായിരുന്നില്ലേ? വീണ്ടുമൊരു സ്യൂയിസൈഡ് അറ്റെംറ്റ് നടന്നിരിക്കുന്നു." എയ്ഡൻ നിസ്സഹായനായി നിന്നു. എന്നിട്ട് ചോദിച്ചു: "ഡോക്ടർ ഇതിന് ഒന്നും ചെയ്യാനാവില്ലേ? എങ്ങനെയും എലീസയെ രക്ഷിച്ചെടുക്കണം. പ്ലീസ് ഡോക്ടർ, ഒന്നു സഹായിക്കാമോ? ട്രീറ്റ്മെൻറ് വീട്ടിൽ നടത്തിയാൽ മതി." ഡോക്ടർ: "ശരി എയ്ഡൻ. ഞാൻ ശ്രമിക്കാം. ഉറപ്പു തരാൻ പറ്റത്തില്ല." എയ്ഡൻ ആലോചിച്ചു: "എന്തുകൊണ്ടാവാം റോസ് ആത്മഹത്യ ശ്രമം നടത്തുന്നത്? എന്തായിരിക്കാം റോസിനെ ആത്മഹത്യയിലേക്ക് തുടർച്ചയായി തള്ളിവിടാൻ മാത്രമായ കാര്യം? ആലോചിച്ചിട്ട് ഒന്നും പിടികിട്ടുന്നില്ലല്ലോ." എന്തായാലും റോസ് എഴുന്നേൽക്കാനായി എയ്ഡൻ കാത്തിരുന്നു. പിറ്റേദിവസം വൈകിയപ്പോഴാണ് റോസ് ഉണർന്നത്. എയ്ഡൻ അവളുടെ അടുത്ത് തന്നെ ഉണ്ടായിരുന്നു. റോസ് കണ്ണുതുറന്നപ്പോൾ ആദ്യം കണ്ടതും എയ്ഡനെയായിരുന്നു. എയ്ഡൻ രണ്ട് ദിവസംകൊണ്ട് ഭക്ഷണമൊന്നും കഴിക്കാതെ വളരെയധികം ക്ഷീണിതനായിരുന്നു. റോസ്: "താൻ പിന്നെയും എന്നെ രക്ഷിച്ചുവല്ലെ. എന്നെ ഒന്നു ഒറ്റയ്ക്ക് വിടാമായിരുന്നില്ല എയ്ഡൻ." എയ്ഡൻ: "അങ്ങനെ ഒരു ആഗ്രഹം തനിക്കുണ്ടെങ്കിൽ അതു നടക്കത്തില്ല. ഇനി ഞാൻ തന്നെ ഒറ്റയ്ക്കാക്കുകയും ഇല്ല. താൻ പോയ്സൺ കഴിച്ചപ്പോൾ പോലും ഞാൻ തൻറെ പാസ്റ്റ് എന്താണെന്ന് ചോദിച്ചിട്ടില്ല. അതുകൊണ്ട് എനിക്കത് അറിയണം." റോസ്: "എനിക്കത് പറയാൻ പറ്റത്തില്ല എയ്ഡൻ." എയ്ഡൻ: "താനത് പറഞ്ഞില്ലെങ്കിൽ ഞാൻ തന്നെ കെട്ടിപ്പിടിച്ചൊരു കിസ്സ് തരും. പറയുന്നുണ്ടോ, അതോ?"

റോസ്: "അ..അത് വേണ്ട, പക്ഷേ, ഞാൻ പറയത്തില്ല. സമയമാവുമ്പോൾ ഞാൻ തന്നെ തന്നോടു പറയും." എയ്ഡൻ സമ്മതിച്ചു. അവൻ അവൾക്കൊരു ദീർഘചുംബനം നൽകി.

റോസിൻറെ മനസ്സ് ആത്മഹത്യയിൽനിന്നും പതിയെ മാറാൻ തുടങ്ങി. എന്നാലും പൂർണ്ണമായല്ല. പക്ഷേ, എയ്ഡനൊപ്പം സന്തോഷിക്കാനും ജീവിതം ആസ്വദിക്കാനും അവൾ പഠിച്ചു. റോസിൻറെ മാറ്റം എയ്ഡനെയും സന്തോഷിപ്പിച്ചു. അടുത്തുനിന്ന് മാറാതെ അവൻ അവളെ ശുശ്രൂഷിച്ചു. ലൈബ്രറിയിലും പൂന്തോട്ടത്തിലും ഒക്കെ കൂടെക്കൂട്ടി. റോസ്: "എന്നെക്കുറിച്ചൊന്നുമറിയാതെ എന്നെ ഇത്ര ആത്മാർഥമായി സ്നേഹിക്കാൻ തനിക്കെങ്ങനെ കഴിയുന്നു എയ്ഡൻ? എന്നെ എൻറെ വഴിക്കു വിട്ടുകൂടെ എയ്ഡൻ?" എയ്ഡൻ: "പറ്റില്ല. തന്നെ വെറുതെവിട്ടാലും വീണ്ടും ജീവനു ഭീഷണിയുള്ള എന്തെങ്കിലും ചെയ്യത്തില്ലേ. അഥവാ അങ്ങനെയൊന്നും ചെയ്യില്ലെങ്കിലും ഈ ജന്മം മുഴുവൻ താനെന്നെ സഹിച്ചേ പറ്റൂ." അവർ ചേർന്നിരുന്ന് മനസ്സുതുറന്നു ചിരിച്ചു. റോസ്: "ഞാനിത്രയൊക്കെ ചെയ്തിട്ടും താനെന്താ എന്നെ വെറുക്കാത്തത്. എനിക്ക് തന്നെ മനസ്സിലാവുന്നില്ല എയ്ഡൻ." എയ്ഡൻ: "വെറുക്കാൻ മാത്രം താനെന്നോടെന്ത് തെറ്റാ ചെയ്തത്?" റോസ്: "എല്ലാം മറന്ന് എന്നെ സ്നേഹിക്കുന്ന തൻറെ മനസ്സ് എനിക്ക് വല്ലാതെ ഇഷ്ടമായി. എൻറെ പിന്നിലെ നിഗൂഢതകളെക്കുറിച്ച് ഞാൻ തന്നോട് ഒരു ദിവസം പറയും. ഇത്രയും നാൾ തന്നെ ഇഷ്ടപ്പെടാതിരിക്കാൻ ഞാൻ എൻറെ മനസ്സിനെ പറഞ്ഞ് പഠിപ്പിക്കുവായിരുന്നു. പക്ഷെ, ഇപ്പോ..ഇപ്പോ ഞാൻ.." എയ്ഡൻ: "ഇപ്പൊ എന്തു പറ്റി? പിന്നെ ഈ സുന്ദരമായ മുഖത്തിനു പിന്നിലും നിഗൂഢതയോ? എന്തായാലും തന്നെ എനിക്ക് ഒത്തിരി ഇഷ്ടമാ." എയ്ഡൻ റോസിനെ ഇതുവരെയില്ലാത്ത ആവേശത്തോടെ കെട്ടിപ്പിടിച്ച് ചുണ്ടിൽ അമർത്തി ചുംബിച്ചു. അവളുടെ രോമങ്ങൾ വിറച്ചു. എന്തെന്നില്ലാത്തൊരു തണുപ്പ് അവളുടെ ശരീരത്തിലാകമാനം പടർന്നു. മനസ്സുകൊണ്ട് അവർ ഒരുമിച്ചു. ദിവസങ്ങൾ കടന്നുപോയി അവരുടെ ബന്ധവും ദൃഢമായിക്കൊണ്ടിരുന്നു. ഒപ്പം എലീസയുടെ മനസ്സിലെ രഹസ്യങ്ങളും. എയ്ഡൻ റോസിനെ അതു പറയാനായി ഒരിക്കലും നിർബന്ധിച്ചിട്ടില്ല. ഒരുപക്ഷെ, എലീസ ഇവിടെ സന്തോഷവതിയാണ്. എയ്ഡനും പുസ്തകങ്ങളും പൂക്കളുമെല്ലാം അവൾക്ക് കൂട്ടിനുണ്ട്.

അപ്രതീക്ഷിതമായാണ് അത് സംഭവിച്ചത്. ഒരു ദിവസം ഒരാൾ റോസിൻറെ അവകാശം ഉന്നയിച്ചുകൊണ്ട് അവിടെ എത്തി. റോസിനെ വിട്ടുകൊടുത്തില്ലെങ്കിൽ പോലീസിൽ പരാതിപ്പെടുമെന്നും പറഞ്ഞു. എയ്ഡൻ

എന്തൊക്കെ ചോദിച്ചിട്ടും അയാൾ മറ്റൊന്നും പറഞ്ഞില്ല. റോസും അയാളെക്കണ്ട് വളരെയധികം പേടിച്ചിരുന്നു. റോസ്: "എയ്ഡൻ എന്നെ അയാൾക്ക് വിട്ടുകൊടുക്കുമോ. എനിക്ക് പോവണ്ട എയ്ഡൻ. പ്ലീസ് എന്നെ രക്ഷിക്കൂ. എന്നെ അയാൾക്ക് വിട്ടുകൊടുക്കല്ലേ എയ്ഡൻ." കരഞ്ഞ് കരഞ്ഞ് റോസിൻ്റെ കവിളുകളും കണ്ണുമൊക്കെ ചുവന്നു. എയ്ഡൻ ആശ്വസിപ്പിക്കാൻ ശ്രമിച്ചെങ്കിലും അവൾ വല്ലാതെ കരഞ്ഞ് തളർന്നിരുന്നു. അയാൾ ആരാണെന്ന് റോസ് പറഞ്ഞതുമില്ല. എന്തായാലും എയ്ഡൻ അവളെ വിട്ടുകൊടുക്കാൻ ഉദ്ദേശിച്ചിരുന്നില്ല. അയാൾ പോയതിനുശേഷം റോസ് എയ്ഡനോട് സംസാരിച്ചു: "എയ്ഡൻ, ഇത്രയൊക്കെ ആയിട്ടും തനിക്കെന്നോട് ഒരു വെറുപ്പും തോന്നുന്നില്ലേ. താൻ എന്നെ വീണ്ടും വീണ്ടും അത്ഭുതപ്പെടുത്തുകയാണല്ലോ." എയ്ഡൻ: "താനും എന്നെ അത്ഭുതപ്പെടുത്തുകയാണ്. ഓരോ രഹസ്യങ്ങളും ഒളിപ്പിച്ച്. നമ്മുടെ ഇടയിലെ രഹസ്യങ്ങളുടെ മറ എന്ന് നീങ്ങുമെന്ന് മാത്രമേ എനിക്ക് ഒരു പേടിയുള്ളൂ. കാരണം അതിനിടയ്ക്ക് നിനക്ക് എന്തേലും സംഭവിച്ചാൽ ഞാൻ പിന്നെ ജീവിച്ചിരിക്കില്ല." റോസ്: "എയ്ഡൻ താനെന്താടോ ഈ പറയുന്നത്. നിസ്സാരം എനിക്കു വേണ്ടി തൻ്റെ ജീവിതം നശിപ്പിക്കുമെന്നോ. തൻ്റെ കരിയർ, നല്ലൊരു ഫാമിലി ഇതെല്ലാം വേണ്ടെന്ന് വയ്ക്കാൻ പോകുന്നെന്നോ. എന്നെ വെറുതെ ചിരിപ്പിക്കല്ലേ എയ്ഡൻ്റ." എയ്ഡൻ: "റോസ്, താൻ്റ ഇത്രയും സീരിയസ് സിറ്റുവേഷൻ നോർമൽ ആക്കാൻ നോക്കണ്ട. ഇനിയെന്തൊക്കെ പറഞ്ഞാലും, നീ മരിക്കാനെങ്ങാനും ഒരുങ്ങിയാൽ, ഞാൻ പിന്നെയുണ്ടാവില്ല." അന്നാദ്യമായി റോസിന് എയ്ഡൻ്റെ ആത്മാർഥതയിൽ പൂർണ്ണവിശ്വാസമായി. അവൾ അവനെ വളരെ സ്നേഹത്തോടെ കെട്ടിപ്പിടിച്ച് ചുംബിച്ചു. ഒരു ഫോൺ കോൾ വന്ന് എയ്ഡൻ അവിടെനിന്ന് പോയി.

എലീസ ചിന്തിച്ചു: "എയ്ഡനോട് എന്തായാലും അത് പറയണം. വിശ്വസിക്കാൻ പറ്റാവുന്ന ഒരാളെ ഇപ്പോഴാണ് കിട്ടിയത്. പക്ഷേ, എനിക്കൊരു മടി. എന്താന്നറിയില്ല. ഇപ്പോഴും നമുക്കിടയിൽ ഒരു മറ ഉള്ളതുപോലെ. അതെന്തായിരിക്കാം? സക്കറിയ സാറിനോടുള്ള എൻ്റെ അത്രയ്ക്കുള്ള ഇഷ്ടമായിരിക്കാം അത്." പെട്ടെന്ന് എയ്ഡൻ മുറിയിലേക്ക് കടന്നു വന്നു. എലീസയെ കെട്ടിപ്പിടിച്ച് ഒരുപാട് കരഞ്ഞു.

6

സക്കറിയയ്ക്ക് എലീസയോട് എന്താണ് പറയാനുള്ളത്

എലീസ ചോദിച്ചു: "എന്താ എയ്ഡൻ, എന്തു പറ്റി? എന്തിനാ ഇങ്ങനെ കരയുന്നത്? ഒന്നു പറയൂ എയ്ഡൻ. എനിക്കിത് കണ്ട് സഹിച്ച് നിൽക്കാനാവില്ല." എയ്ഡൻ: "എനിക്കിത് സഹിക്കാൻ പറ്റുന്നില്ല റോസ്. എൻറെ പപ്പ.." എലീസ: "സാറിനെന്തുപറ്റി?" എയ്ഡൻ: "പപ്പയ്ക്ക് വയ്യാതായി. നമുക്ക് ഹോസ്പിറ്റൽ വരെയൊന്ന് പോകണം. പപ്പയ്ക്ക് തന്നെ കാണണമെന്ന് പറഞ്ഞതുകൊണ്ടാണ് ഞാൻ തന്നെ കൂട്ടാൻ ഇവിടെ വന്നത്. തനിക്കിപ്പോ പ്രശ്നമൊന്നുമില്ലല്ലോ." എലീസ: "ഇല്ല എയ്ഡൻ. എനിക്ക് സാറിനെ കാണണം." അങ്ങനെ അവർ സക്കറിയയെ കാണാനായി പോയി. അദ്ദേഹത്തിന് പെട്ടെന്നുണ്ടായ ഒരു ഷോക്കിൽ സക്കറിയയ്ക്ക് മൈനർ അറ്റാക്ക് ഉണ്ടായതായിരുന്നു. റോസ് ഹോസ്പിറ്റലിൽ എത്തി. സക്കറിയ റോസിനെ കണ്ട് സംസാരിക്കാൻ ആഗ്രഹിച്ചു. റോസ് ഉള്ളിലേക്ക് പോയി. റോസ്: "സാർ..എന്നെ കാണണമെന്ന് പറഞ്ഞു.." സക്കറിയ: "റോസ് ഇപ്പോഴെങ്കിലും എന്നെ പപ്പയെന്ന് വിളിക്കൂ. എൻറെ അവസാന ആഗ്രഹമെങ്കിലും ഒന്ന് സാധിച്ചു തരൂ മോളെ."റോസ്: "മോളേ? സാർ. സാർ എന്തായിത്." സക്കറിയ: "ഞാൻ പറഞ്ഞില്ലേ എന്നെയിനി പപ്പ എന്ന് വിളിച്ചാൽ മതി. എൻറെയൊരു ജീവിതാഭിലാഷമാ അത്. ഞാൻ മറ്റൊരു കാര്യം പറയാം. മോളത് സാധിച്ചു തരണം. റോസ് എൻറെ മകനെ വിവാഹം ചെയ്യണം. മോളെതിരു പറയരുത്. എൻറെ കണ്ണടയുന്നതിനുമുമ്പേ എനിക്കതു കാണണം. റോസിനെ പോലൊരു മരുമകളെ, അല്ല മകളെത്തന്നെയാ എനിക്ക് വേണ്ടിയിരുന്നത്. ഇനി അന്ന് അവൻ തന്നെ ചുംബിച്ചതാണ് പ്രശ്നമെങ്കിൽ അതിനു വേണ്ടി ഞാൻ റോസിനോട് മാപ്പ് പറയുന്നു. എയ്ഡനോട് ഞാനിതൊന്നും പറഞ്ഞിട്ടില്ല. മോളതൊന്ന് അവനെ പറഞ്ഞ് മനസ്സിലാക്കണം.

എയ്ഡന് റോസിനെ ഇഷ്ടമാണ്. പിന്നെ തന്‍റെ മാതാപിതാക്കളെ എയ്ഡന്‍ വന്ന് കാണും. " റോസ്: "എനിക്ക് എയ്ഡനെ ഇഷ്ടക്കുറവൊന്നുമില്ല പപ്പ. പക്ഷേ, എന്‍റെ പേരന്‍റ്സിന്‍റെ കാര്യം....ഞാനെങ്ങനാ അത് എന്‍റെ പപ്പയുടെ സ്ഥാനത്തുള്ള സാറിനോട് പറയാ? എയ്ഡനോട് ഞാനതു പറയും. അതുവരെ പപ്പ ഒന്നു വെയ്റ്റ് ചെയ്യണം. പ്ലീസ്..എന്‍റെയൊരു റിക്വസ്റ്റാണ്. അതിനുള്ള സാവകാശം.." സക്കറിയ: "സമ്മതിച്ചു. ഒരു രണ്ട് ദിവസം തരാം. നിങ്ങള്‍ രണ്ട് പേരുംകൂടി തീരുമാനിക്ക്. എനിക്ക് വിരോധമൊന്നുമില്ല. പക്ഷേ, എന്‍റെ കണ്ണടയുന്നതിനു മുമ്പുണ്ടാവണം." റോസ്: "അങ്ങനെയൊന്നും പറയല്ലേ പപ്പ. ഞാനെന്‍റെ വാക്ക് പാലിച്ചിരിക്കും." സക്കറിയ: "എന്നാല്‍ മോള് പൊയ്ക്കോ. ചെന്ന് എയ്ഡനെ കണ്ട് സംസാരിക്ക്." റോസ്: "ശരി പപ്പ."എലീസ എയ്ഡനെ കണ്ട് സംസാരിക്കാന്‍ പോയി. എയ്ഡന്‍: "പപ്പ തന്നോട് എന്താ പറഞ്ഞത്? അദ്ദേഹത്തിനെങ്ങനുണ്ട്?" എലീസ: "He will be alright Aiden." എയ്ഡന്‍: "എന്താ റോസ്. താന്‍ സീരിയസ് ആണോ? തനിക്കെന്നോട് എന്തെങ്കിലും പറയാനുണ്ടോ?" എലീസ: "പറയാനുണ്ടോയെന്ന് ചോദിച്ചാല്‍ ഉണ്ട്." എയ്ഡന്‍: "എന്നാല്‍ പറയ്. കേള്‍ക്കട്ടെ" റോസ്: "അത്..അത്..ഇവിടെ വച്ച് എങ്ങനാ പറയാ. എയ്ഡന്‍ വന്നേ നമുക്ക് ഒരിടം വരെ പോകാം." എയ്ഡന്‍: "അപ്പോ പപ്പ?" റോസ്: "പപ്പയ്ക്ക് മറ്റു കുഴപ്പമൊന്നുമില്ല. പിന്നെ നഴ്സസ് ഉണ്ടല്ലോ. എയ്ഡന്‍ വന്നേ." എയ്ഡന്‍: "ശരി. താനെന്നെ എങ്ങോട്ടാ കൊണ്ടുപോകുന്നത്." റോസ്: "അതൊക്കെ അവിടെ എത്തുമ്പോ അറിഞ്ഞാല്‍ മതി. താനിങ്ങ് വന്നേ." റോസ് എയ്ഡനെയും കൂട്ടി ഡ്രൈവ് ചെയ്ത് പോയി.

7

എലീസ തൻറെ പാസ്റ്റ് എയ്ഡനു മുമ്പിൽ തുറന്നു പറയുന്നു

ഒരു വലിയ വീടിനു മുന്നിൽ കാർ നിർത്തി. എന്നിട്ട് എയ്ഡനെ ഉള്ളിലേക്ക് കൂട്ടിക്കൊണ്ടുപോയി. റോസ്: "ഇത് എൻറെ വീട്." എയ്ഡൻ: "ഇതോ? തനിക്ക് ഇത്രയും വലിയ വീടുണ്ടോ? ഞങ്ങളോടൊന്നും ഇയാൾ പറഞ്ഞില്ലല്ലോ." റോസ്: "വലിയ വീടുണ്ടെങ്കിൽ അത് പറഞ്ഞ് നടക്കേണ്ട കാര്യമുണ്ടോ." എയ്ഡൻ: "അതില്ല."റോസ്: "തനിക്ക് ഞാൻ കൂട്ടിക്കൊണ്ടുവന്നതിൻറെ കാരണമറിയണ്ടേ." എയ്ഡൻ: "അതാ ഞാൻ ചോദിക്കാൻ വന്നത്. താനെന്താ പറയാൻ വന്നത്." റോസ്: "ഹാ പറയാം. ഞാനെന്തിനാ വിഷംകഴിച്ച് ജീവനൊടുക്കാൻ ശ്രമിച്ചതെന്ന് എയ്ഡനറിയോ." എയ്ഡൻ: "എനിക്കതെറിയില്ല. പക്ഷേ, തനിക്ക് സങ്കടമാവണ്ട എന്ന് കരുതിയാണ് ഞാൻ ചോദിച്ച് വിഷമിപ്പിക്കാതിരുന്നത്. തനിക്ക് ചെറിയൊരു കാര്യം മതിയല്ലോ ആത്മഹത്യയ്ക്ക് ശ്രമിക്കാൻ." റോസ്: "അ..അത് പിന്നെ.. അത് വിട്. ഞാൻ പറയാൻ വന്ന കാര്യം കേൾക്ക്." എയ്ഡൻ: "പറയ്. കേൾക്കാം." റോസ്: "ഹാ. ഞാനും എൻറെ പപ്പയും മമ്മയും നല്ലൊരു ജീവിതം നയിക്കുകയായിരുന്നു. എൻറെ മമ്മ എലീന. പപ്പ റിച്ചാർഡ്. എനിക്കും മമ്മയ്ക്കും പപ്പ ഒരു കുറവും വരുത്തിയിട്ടില്ല. അതുമാത്രമല്ല മമ്മയ്ക്കും ജോലിയുണ്ടായിരുന്നതു കൊണ്ട് ഞങ്ങൾ സന്തോഷത്തോടെ തന്നെ ജീവിച്ചു. അങ്ങനെ എൻറെ പത്താമ്പതാമത് ബെർത്ത്ഡേയ്ക്കാണ് ആ സംഭവം ഉണ്ടായത്.അലൻ. അവൻറെ പേര് ഉച്ചരിക്കാൻ പോലും എനിക്ക് ആവുന്നില്ല. കാരണം എൻറെ കുടുംബത്തിന് അവൻ വരുത്തിയ ദ്രോഹം സഹിക്കാവുന്നതിലും അപ്പുറമാണ്." എയ്ഡൻ:"എന്താ അലൻ തന്നോട് ചെയ്തത്?" റോസ്:"അത്...

അവനെന്നെ ബാഡ് ആയ രീതിയിൽ ഇൻഫ്ലുവൻസ് ചെയ്യാൻ നോക്കി."
എയ്ഡൻ: "എന്നിട്ട് താനൊന്നും പറഞ്ഞില്ലേ." റോസ്: "എയ്ഡൻ...... ഞാൻ
പറയുന്നത് സാവധാനം കേൾക്ക്. എന്നിട്ട് ബാക്കി പറയാം." എയ്ഡൻ: "ശരി.
ബാക്കി പറയൂ." റോസ്: "മ്. ബെർത്ത്ഡേ ദിവസം ഞാനും മമ്മയും മാത്രമേ
വീട്ടിലുണ്ടായിരുന്നുള്ളൂ. ഡെക്കറേഷൻസിൻറെ കാര്യങ്ങൾ ശരിയാക്കാനായി
പപ്പ പുറത്ത് പോയിരിക്കുവായിരുന്നു. ഞാൻ എൻറെ റൂമിൽ
റെഡിയാകുവായിരുന്നു. പുറത്ത് എന്തോ ശബ്ദം കേട്ട് ഞാനിറങ്ങി നോക്കി.
അലൻ ടെറസ്സിലൂടെ എൻറെ മുറിക്ക് മുന്നിലേക്ക് വരുന്നതാണ് ഞാൻ കണ്ടത്.
ഒരു നിമിഷത്തേക്ക് ഞാൻ പരിഭ്രമിച്ചുപോയി. ഇവനെന്താ ഇവിടെ എന്നൊക്കെ
ചിന്തിച്ചു." എയ്ഡൻ:"ഞാൻ ഒരു കാര്യം ചോദിക്കട്ടെ. സത്യത്തിൽ ആരാ
എയ്ഡൻ. നിങ്ങളെങ്ങനാ പരിചയം?" റോസ്:"പറയാം. എയ്ഡൻ എൻറെ
കോളേജ് സീനിയറായിരുന്നു. ഒരു ടാലൻറഡ് ഹാൻറ്സം ബോയ്."
എയ്ഡൻ:"താൻ ഇത്രയ്ക്ക് പുകഴ്ത്തണമെങ്കിൽ ആളൊരു കിംഗ്
ആയിരിക്കുമല്ലോ." റോസ്:"അതൊക്കെ അപ്പോൾ. ഞാൻ ഒരുപാട് മനസ്സിൽ
ആരാധിച്ചിരിന്നു അയാളെ. പക്ഷേ, ഇപ്പോൾ അവനെക്കുറിച്ച് പറയാൻ തന്നെ
അറപ്പ് തോന്നുന്നു. ബാക്കി പറയട്ടെ. കോളേജ് അക്കഡമിക്സിലും
കലകളിലും അവൻ പെർഫെക്റ്റ് ആയിരുന്നു. ഏതൊരു പെൺകുട്ടിയും
ആഗ്രഹിക്കുന്നൊരു യങ്സ്റ്റർ. പക്ഷേ, എല്ലാവരേയും ഞെട്ടിച്ചു കൊണ്ട്
അലൻ എന്നെ ഒരു ദിവസം പ്രൊപ്പോസ് ചെയ്തു. ഞാനാകെ ശരിക്കും
അമ്പരപ്പിലായി. എന്തുചെയ്യണമെന്നറിയാതെ. അവസാനം മനസ്സിൻറെ
ഏതോ ഒരു ദുർബ്ബലനിമിഷത്തിൽ.. ഞാൻ അത് നിരസിച്ചു. അതുവരെ
തോൽവികൾ ഏറ്റുവാങ്ങാതിരുന്നതിൻറെ ഷോക്കിൽനിന്ന് അലന്
കരകയറാനായില്ല. അവനെന്നോട് പ്രതികാരം ചെയ്യാൻ ഒരു അവസരം നോക്കി
നടന്നു. അവസാനം എന്ഴറ ബെർത്ത്ഡേ ദിവസം ഒത്തുകിട്ടി. അവൻ അത്
ശരിക്കും പ്രയോജനപ്പെടുത്തി. അവനെന്നെ. എന്നെ... എനിക്ക് ബാക്കി
തന്നോട് പറയാമോ?" എയ്ഡൻ റോസിൻറെ മുഖത്തേക്ക് നോക്കി.
എലീസയുടെ ചുവന്ന മുഖത്ത് കണ്ണുനീർത്തുള്ളികൾ കണ്ടു. എയ്ഡൻ
അവളെ ചേർത്തുപിടിച്ചു. എന്നാലും അവൾക്കത് താങ്ങാവുന്നതിലും
അപ്പുറമായിരുന്നു. അവളുടെ കണ്ണുനീർ കണ്ടു നിൽക്കാൻ എയ്ഡന്
ആവുമായിരുന്നില്ല. അവൻ അവളുടെ കവിളുകളിലൂടൊഴുകുന്ന തുള്ളികൾ
തുടച്ചുമാറ്റി. എയ്ഡൻ:"ഉറപ്പായും. നിൻറെ ഒരു സുഹൃത്തിൻറെ സ്ഥാനത്ത്
കണ്ടാൽ മതി എന്നെ"

8

എലീസയ്ക്ക് സംഭവിച്ചത്

റോസ്:"അവൻ എൻറെ മുറിയിലേക്ക് വന്നു. ഞാൻ പറഞ്ഞു:"തന്നോട് ഞാൻ പറഞ്ഞില്ലേ എനിക്ക് തന്നെ ഇഷ്ടമല്ലെന്ന്." അലൻ:"ഞാൻ അതിനു വേണ്ടി വന്നതല്ല." റോസ്:"പിന്നെന്താ താനീ നേരത്ത് എൻറെ മുറിയിൽ. അതും തെറ്റായ വഴിയിൽക്കൂടി." അലൻ:"അപ്പൊ താനെന്നെ കണ്ടുവല്ലേ. ഇനി മറച്ചു വയ്ക്കേണ്ട കാര്യമില്ലല്ലോ." റോസ്:"താനെന്താ ഈ പറഞ്ഞു വരുന്നത്. എൻറെ മുറിയിൽ നിന്ന് ഇറങ്ങിപ്പോടോ." അലൻ അവിടെ ഇരുന്നു. അലൻ:"താൻ ചൂടാവുന്നതു കാണാൻ നല്ല ഭംഗിയുണ്ട്. തനിക്കിത്രയും ഭംഗിയുണ്ടെന്ന് ഞാനിപ്പഴാ അറിയുന്നേ." റോസ്:"അലൻ, മുറിയിൽ നിന്നിറങ്ങിപ്പോകൂ. എൻറെ ക്ഷമ നീ പരീക്ഷിക്കരുത്." അലൻ:"ഞാനിവിടെ വന്നിട്ടുണ്ടെങ്കിൽ അത് സാധിച്ചിട്ടേ ഞാൻ പോകൂ." റോസ്:"എന്താ നിനക്ക് വേണ്ടത്." അലൻ:"നിന്നെയാ വേണ്ടത്. എന്താ തരോ." റോസ്:"ഡോ, അനാവശ്യം പറയരുത്. ഞാൻ ഇത്രയും നേരം ക്ഷമിച്ചു. ഇനി അത് പറ്റത്തില്ല. ഞാൻ സെക്യൂരിറ്റിയെ വിളിക്കും." അലൻ:"വിളിക്ക്. ബോധമില്ലാതെ കിടക്കുന്നയാൾ എഴുന്നേറ്റു വരട്ടെ." റോസ്:"എന്താ." അലൻ:"അതെ റോസ്. നീ എന്നെ കോളേജിൽ വെച്ച് അത്രമാത്രം അപമാനിച്ചു. എൻറെ ഫ്രണ്ട്സിൻറെ മുമ്പിൽ ഞാനാദ്യമായി തോറ്റു. ഒരു റിജക്ഷന് ഞാൻ കൊടുക്കേണ്ടി വന്ന വില വളരെ വലുതായിരുന്നു. ഇന്ന് അതിൻറെ കടം എല്ലാം തീർത്തിട്ടേ ഞാൻ പോകുന്നുള്ളൂ." റോസ്:"താനെന്താ ഉദ്ദേശിക്കുന്നത്." അലൻ:"എനിക്ക് തന്നെ കിസ്സ് ചെയ്യണം. മാത്രവുമല്ല താനെന്നോട് ഇഷ്ടമാണെന്ന് പറയണം." റോസ്:"തൻറെയീ ആഗ്രഹം ഒരിക്കലും സാധിക്കില്ല." അലൻ:"എൻഴെ ആഗ്രഹം സാധിച്ചിട്ടേ ഞാൻ തിരിച്ചു പോവൂ." ഇത് പറഞ്ഞ് അലൻ എന്നെ പിടിക്കാൻ മുമ്പോട്ടാഞ്ഞു. ഞാൻ പിടികൊടുത്തില്ല. പക്ഷേ, അവനെന്നെ ബലമായി ശരീരത്തോട് ചേർത്തു. അപ്പോഴാണ് ബഹളമൊക്കെ കേട്ട് മമ്മ അവിടെ എത്തിയത്. മമ്മ അലനെ പിടിച്ച് മാറ്റാൻ ശ്രമിച്ചു. പക്ഷേ, അവൻ

ഒരു മുറിവേറ്റ വിശന്നുവലഞ്ഞ നായയെപ്പോലെയായിരുന്നു. അവനെന്നെ കടിച്ച്കീറാൻ ശ്രമിച്ചു. പക്ഷേ, മമ്മയ്ക്ക് അതിനുള്ള കരുത്തില്ലായിരുന്നു. അവസാനം ഞാൻ തന്നെ സർവ്വ കരുത്തും പ്രയോഗിച്ച് അലനെ തള്ളിമാറ്റി. പക്ഷേ, അവൻ കൂടുതൽ അടുത്തേക്ക് വന്നു. ഞാൻ...ഞാനവനെ കയ്യിൻ കിട്ടിയ എന്തോ എടുത്ത് കുത്തി. പക്ഷേ, ദുഷ്ടന്മാർക്ക് ഒരിക്കലും മരണം ഉണ്ടാവില്ലെന്ന് പറയാറില്ലേ. അവൻ ഇപ്പോഴും ജീവിച്ചിരിപ്പുണ്ട്. കൊലപാതകശ്രമത്തിന് പോലീസ് എന്നെ അറസ്റ്റ് ചെയ്യാൻ വന്നു. എൻറെ പാവം മമ്മ എനിക്ക് വേണ്ടി വിലങ്ങ് ഏറ്റെടുത്തു. എന്നെങ്കിലും അവൻ എൻറെ പേര് പറഞ്ഞാൽ ഞാൻ ഉറപ്പായും പിടിയിലാവും. പക്ഷേ പപ്പയ്ക്ക് എന്നേയും മമ്മയേയും മനസ്സിലാക്കാൻ സാധിച്ചില്ല. സമൂഹത്തിലെ തൻറെ പ്രെസ്റ്റീജ് നഷ്ടമാകാതിരിക്കാൻ തൻറെ ചീത്തയായ മകളേയും ഭാര്യയേയും ഉപേക്ഷിക്കാൻ അദ്ദേഹം തീരുമാനിച്ചു. എനിക്ക് എൻറെ പപ്പയോടുള്ള സ്നേഹം വെറുപ്പിലേക്ക് വഴിമാറി. അന്ന് എൻറെ അവകാശം പറഞ്ഞ് വന്ന് തന്നോട് പ്രശ്നമുണ്ടാക്കിയത് എൻറെ പപ്പയാണ്. അയാൾ അലൻറെ കാര്യം പറഞ്ഞാണ് എന്നെ ഭീഷണിപ്പെടുത്തുന്നത്. ഞാൻ അയാളെ വെറുക്കുന്നു. കാരണം, പപ്പയുടെ ഈ നിലപാടിൽ മനംനൊന്ത് ശിക്ഷ കഴിഞ്ഞിറങ്ങിയ മമ്മ കിടപ്പിലായി. വൈകാതെ മരണപ്പെടുകയും ചെയ്തു. ഒറ്റയ്ക്ക് ഈ ഭൂമിയിൽ ജീവിക്കുകയെന്നത് എന്നെ സംബന്ധിച്ചിടത്തോളം അസാധ്യമായിരുന്നു." എയ്ഡൻ റോസിൻറെ മുഖത്തേക്ക് നോക്കി. സംഘർഭരിതമായിരുന്ന അവളുടെ മുഖത്തിലെ വിടർന്ന കണ്ണുകൾ കണ്ണുനീർ പൊഴിച്ചുതുടങ്ങി. മുഖമാകെ ചുവന്ന് ഒരു കുരുന്ന് പനിനീർപ്പൂവിൻറെ ഇതൾ പോലെയായി. എയ്ഡൻ അവളെ ചേർത്തുപിടിച്ചു. ആ ദീർഘാലിംഗനത്തിന് ഒരു ആശ്വാസവാക്കിനേക്കാൾ വെണ്മയുള്ളതായിരുന്നു.

9

എലീസ മനസ്സുതുറക്കുന്നു

എയ്ഡൻ:"അപ്പൊ അന്ന് ലൈബ്രറിയിൽവച്ചെന്താ സംഭവിച്ചത്?" അവൾ കണ്ണു തുടച്ചുകൊണ്ട് തുടർന്നു:"ഞാൻ പറഞ്ഞില്ലേ. മമ്മയില്ലാത്തൊരു ജീവിതം എനിക്ക് ചിന്തിക്കാനാവുമായിരുന്നില്ല. അതുകൊണ്ടുതന്നെ വിഷം കഴിച്ച് ഞാൻ ആത്മഹത്യ ചെയ്യാൻ ശ്രമിച്ചത്. ഒരുപാട് കഴിച്ചു. പക്ഷേ, അപ്പോഴാണ് താൻ എന്നെ കിസ്സ് ചെയ്യാൻ ശ്രമിച്ചത്. ഇതുപോലുള്ള സന്ദർഭങ്ങളിൽ എനിക്ക് അലനെയാണ് ഓർമ്മ വരുന്നത്. പക്ഷേ, തന്നെ എനിക്ക് നല്ലവനായാണ് തോന്നിയത്. എന്റെ ചുണ്ടിലുണ്ടായിരുന്ന പോയ്സൺ തനിക്കും അപകടം ഉണ്ടാക്കുമെന്ന് കരുതിയാണ് ഞാൻ തന്നെ തള്ളിമാറ്റിയത്. പക്ഷേ, അതിനു മുമ്പേ പോയ്സൺ എന്റെ ഉള്ളിലായിക്കഴിഞ്ഞിരുന്നു. അതുകൊണ്ടായിരിക്കാം തനിക്കൊന്നും സംഭവിക്കാതിരുന്നത്. പിന്നെ ഞാൻ തന്നെ ഇഷ്ടപ്പെടാൻ തുടങ്ങി. എന്റെ ജീവിതത്തിൽ നടന്ന കാര്യങ്ങൾ പറഞ്ഞാൽ താനെന്നെ ഉപേക്ഷിച്ച് പോകുമെന്നു ഞാൻ കരുതി. ഇനി പറയൂ എയ്ഡൻ മറ്റൊരാളുടെ സ്പർശനമേറ്റ എനിക്ക് തന്നെ ആഗ്രഹിക്കാൻ അവകാശമുണ്ടോ. ഇല്ലെന്ന് പറഞ്ഞാലും എനിക്കത് അംഗീകരിക്കാനാവും. പക്ഷേ, ഇതൊന്നുമറിയാതെ സക്കറിയ സാർ നമ്മുടെ വിവാഹത്തിനായി ആഗ്രഹിക്കുന്നുണ്ട്. ഞാൻ അദ്ദേഹത്തോട് എന്ത് പറയണം?" എയ്ഡന്റെ മറുപടി മറ്റൊന്നായിരുന്നു. അവൻ അവളെ ചേർത്തു പിടിച്ച് ചുണ്ടോടു ചേർത്തു. റോസിന്റെ കണ്ണുകൾ അപ്പോഴും നിറഞ്ഞൊഴുകുന്നുണ്ടായിരുന്നു. അതൊരു സമ്മതത്തിന്റെ മൗനമായിരുന്നു. കുറേ സമയം അവർ ഒരുമിച്ച് അവിടെത്തന്നെ നിന്നു. കുറേനേരത്തെ മൗനത്തിനു ശേഷം റോസ് പറഞ്ഞു:"എയ്ഡൻ, നമുക്ക് മമ്മയുടെ ഫ്യൂണറൽ വരെയൊന്ന് പോവാമോ? മമ്മയോട് സംസാരിച്ചിട്ട് കുറേനാളായി. അതിന്റെ ഒരു ഇറിറ്റേഷൻ ഫീൽ ചെയ്യുന്നുണ്ട്. തനിക്ക് വിരോധമില്ലെങ്കിൽ.." എയ്ഡൻ:"നമുക്ക് പോകാം. ഞാൻ മറ്റൊരു കാര്യം ചോദിക്കാൻ മറന്നു. പപ്പ തന്നോട് എന്താ പറഞ്ഞത്?"

റോസ്:"തന്നെ ഇഷ്ടമാണെങ്കിൽ നമ്മുടെ വിവാഹക്കാര്യം സംസാരിച്ച് ഉറപ്പിക്കാനാ അദ്ദേഹം പറഞ്ഞത്. അധികം വൈകരുതെന്നും പറഞ്ഞു." എയ്ഡൻ മുഖംകുനിച്ചു കൊണ്ട് റോസിനോടൊപ്പം എലീനയെ അടക്കിയിരിക്കുന്ന സ്ഥലത്തേക്ക് പോയി. അതുവരെ ഇമോഷൻസ് അടക്കിയിരുന്ന റോസ് വല്ലാതെ കരഞ്ഞുപോയി. എയ്ഡൻ അവളെ ആശ്വസിപ്പിച്ചു. ആ ഫ്യൂണറൽ ഒരുപാട് വെളുത്ത ലില്ലിപ്പൂക്കൾ വച്ച് അലങ്കരിച്ചിരുന്നു. റോസ് മുമ്പോട്ടു പോയി അതിനെ നോക്കി പറഞ്ഞു:"എനിക്കെന്റെ മമ്മയെ മറക്കാനാവില്ല. മമ്മ, എനിക്ക് മമ്മയുടെ സമ്മതം മാത്രം മതി എയ്ഡനെ വിവാഹം കഴിക്കാണ." അതേസമയം, എലീനയുടെ മൗനസമ്മതം പോലെ ഒരു ഇളംകാറ്റ് വീശി. ആ മൃതകുടീരത്തിനടുത്ത് നിന്നിരുന്ന മേപ്പിൾ വൃക്ഷം ഇലപൊഴിച്ചു. റോസും എയ്ഡനും എലീനയുടെ മുന്നിൽ വച്ച് പരസ്പരമുള്ള ഇഷ്ടം തുറന്നു പറഞ്ഞു. അവരുടെ മനസ്സമ്മതം കഴിഞ്ഞു.

10

എലീസ അലനെ സന്ദർശിക്കുന്നു

അടുത്ത ദിവസം തന്നെ സക്കറിയയുടേയും കൂടി നിർദ്ദേശപ്രകാരം അവർ വിവാഹിതരായി. റോസിൻറെ സന്തോഷത്തിൻറെ ദിവസങ്ങൾ ആരംഭിക്കുകയായിരുന്നു. എന്നാലും പപ്പയെന്നൊരു അവകാശി അവളുടെ ആഹ്ലാദത്തിൻറെ വഴിയിൽ ഒരു തടസ്സമായിരുന്നു എന്നും. അലൻറെ കാര്യമായിരുന്നു അയാൾക്കവളെ ഭയപ്പെടുത്താൻ പറ്റുന്ന ഏക മാർഗ്ഗം. എയ്ഡന് അതിനെന്ത് ചെയ്യണമെന്ന് അറിയില്ലായിരുന്നു. അവൻ അവളെ കഴിവിലധികം കെയർ ചെയ്തു. ആ സംഭവം ഓർമ്മിപ്പിക്കാൻ എയ്ഡൻ അവൾക്ക് അവസരമൊന്നും കൊടുത്തില്ല. ഒരു ദിവസം റോസ് എയ്ഡനോട് ചോദിച്ചു:"എനിക്ക് അലനെ കാണണം എയ്ഡൻ. അവനോട് സോറി പറയണം. എൻറെ ഭാഗത്തല്ലേ തെറ്റ്. പ്ലീസ് എയ്ഡൻ. കുറ്റബോധം കൊണ്ട് എൻറെ മനസ്സ് നീറുകയാ. ഞാനിവിടെ നിന്നോടൊത്ത് സുഖമായി ജീവിക്കുമ്പോൾ.." എയ്ഡൻ:"നീ പറഞ്ഞതെന്തെങ്കിലും ഞാൻ എതിർത്തിട്ടുണ്ടോ. നമുക്ക് പോവാം."

അടുത്ത ദിവസം തന്നെ അവർ അലനെ കാണാൻ പോയി. അവൻ ഇപ്പോഴും ബെഡ്റിഡൺ ആണ്. ഡോക്ടർ ഒരാളെ മാത്രം കടത്തിവിടാനുള്ള അനുമതി മാത്രമേ നൽകിയുള്ളൂ. എയ്ഡൻ റോസിനെ ഉള്ളിലേക്ക് വിട്ടു. അവൾക്ക് ശരിക്കും പേടിയുണ്ടായിരുന്നു. അലൻ ചെറിയ മയക്കത്തിലായിരുന്നു. റോസ് മൗനമായി തന്നെ അവനെ നോക്കിനിന്നു.

കുറച്ചുനേരം റോസ് അങ്ങനെതന്നെ നിന്നു. അലൻറെ അവസ്ഥയ്ക്ക് തൻറേയും ഒരു പങ്കുണ്ടെന്ന് ചിന്തിച്ച് റോസ് വല്ലാത്ത വിഷമത്തിലായി. അപ്പോഴാണ് അലൻ കണ്ണുതുറന്നത്. അലൻ:"റോസെന്താ ഇവിടെ." റോസ്:"ഞാൻ... ഞാൻ സോറി പറയാൻ.."അലൻ:"സോറിപറയാനോ. എന്തിനാടോ എന്നോടിത്തരത്തിലുള്ള സെൻറിമെൻറ്സ്." റോസ്:"അത്.. ഞാൻ.. എനിക്ക്" അലൻ:"എന്താ വേണ്ടതെന്ന് പറയൂ റോസ്. എനിക്ക് നല്ല

ക്ഷീണമുണ്ട്." റോസ്:"സോറി അലൻ. എനിക്കൊരു തെറ്റുപറ്റി. താനെന്നോട് ക്ഷമിക്കണം. താനിപ്പോൾ അനുഭവിക്കുന്നതിനും ഞാനല്ലേ കാരണം." അലൻ:"നിർത്തിക്കേ. എനിക്കിപ്പോൾ തന്റെ സംസാരം കേൾക്കാൻ താൽപര്യമില്ല. മുമ്പ് ഞാൻ കുറേ ആഗ്രഹിച്ചിരുന്നു. പക്ഷേ, ഇപ്പൊ ഇല്ല. റോസ് പോയെ." റോസ്:"അലൻ, പ്ലീസ് ഞാൻ പറയുന്നത് കേൾക്കാൻ സന്മനസ്സ് കാണിക്കണം." അലൻ:"താനെന്നോടൊന്നും പറയേണ്ട. തന്റെ പപ്പ എല്ലാം പറഞ്ഞു. തന്റെ വിവാഹക്കാര്യവും എല്ലാം." റോസ്:"പപ്പയാണ് തന്നെ ഇത്രയധികം തെറ്റിദ്ധരിപ്പിച്ചത്. അദ്ദേഹം എന്റെ ജീവിതം നശിപ്പിക്കാൻ ഇറങ്ങിയിരിക്കുന്ന ആളാണ്." അലൻ:"താനെന്നോട് ചെയ്തത് ഞാനൊരിക്കലും മറക്കില്ല. തനിക്കൊരുകാലത്തും സന്തോഷത്തോടെ ജീവിക്കാനാവില്ല. തന്റെ പപ്പയിലൂടെതന്നെ തന്റെ നാശം ഞാൻ കാണും." റോസ്:"താൻ ചെയ്ത വലിയ തെറ്റ് പോലും മറന്ന് എന്റെ തെറ്റിൽ കുറ്റബോധം തോന്നിയാണ് ഞാനിവിടെ എത്തിയത്. അത് മനസ്സിലാക്കാൻ പോലും തനിക്ക് കഴിവില്ലെങ്കിൽ ഞാൻ നിർബന്ധിക്കുന്നില്ല. ഞാൻ പോവാണ്." റോസ് അവിടെനിന്ന് പോവാൻ ശ്രമിച്ചു അലൻ അവളുടെ കൈകളിൽ പിടിച്ചു. റോസ്:"അലൻ. കയ്യെടുക്. ഞാൻ പ്രതികരിക്കില്ലെന്ന് ചിന്തിക്കേണ്ട. ഞാനിപ്പോഴും ഒരു പെൺകുട്ടി തന്നെയാണ്. എന്റെ വിവാഹവും കഴിഞ്ഞു. താനെനിക്ക് ആരുമല്ല." അലൻ:"ആരും അല്ലെന്നോ. തനിക്കത് എന്റെ മുഖത്ത് നോക്കി പറയാൻ സാധിക്കുമോ." റോസ്:"അത്..." അലൻ:"പറ്റത്തില്ല. എനിക്കുറപ്പാണ്. കാരണം, താനും എന്നെ സ്നേഹിച്ചിരുന്നു. അതല്ലേ സത്യം." റോസ്:"ഞാൻ.. ഞാൻ ഒരുകാലത്ത് സ്നേഹിച്ചിരുന്നു. പക്ഷേ, ഇപ്പൊ ഒട്ടുമില്ല. അത്തരത്തിലുള്ള വൃത്തികേടല്ലേ താൻ എന്നോട് കാണിച്ചത്. താൻ അങ്ങനെ ചെയ്യുമെന്ന് ഞാൻ സ്വപ്നത്തിൽ പോലും പ്രതീക്ഷിച്ചിരുന്നില്ല. എന്റെ മനസ്സിൽ തന്നെ ഞാൻ പ്രതിഷ്ഠിച്ചിരുന്നു. പക്ഷേ, അതിപ്പോൾ ഇല്ല. അതുകൊണ്ട് തനിക്കത് പറയാൻ ഒരു അവകാശവുമില്ല." അലൻ:"താനിങ്ങനെ ചൂടാവാതെ. എനിക്കു പറയാൻ ഒരവസരം തരൂ. എപ്പോഴും വിജയിക്കുന്നൊരാൾ പെട്ടെന്ന് ഒരു ദിവസം ഒരു പെൺകുട്ടിയുടെ മുന്നിൽ തോൽക്കുമ്പോൾ ഉണ്ടാവുന്ന പ്രശ്നം തന്നെയാണ് എനിക്കും സംഭവിച്ചത്. എന്റെ വാശി ജയിക്കണമായിരുന്നു. അതിൽ കൂടുതൽ ഞാനൊന്നും ചിന്തിച്ചില്ല. തന്നെക്കുറിച്ചോ, തന്റെ അഭിമാനത്തെക്കുറിച്ചോ ഒന്നും ചിന്തിച്ചില്ല." റോസ്:"തനിക്ക് ചിന്തിക്കാൻപറ്റില്ലായിരിക്കും. പക്ഷേ, എനിക്കതെന്റെ ജീവിതമാണ്." അലൻ മറുപടി പറയാനൊന്നുമില്ലായിരുന്നു. അപ്പോഴും അവൻ റോസിന്റെ കൈ വിട്ടിട്ടില്ലായിരുന്നു. റോസ്:"അലൻ, എന്റെ കൈ വിടൂ. എനിക്ക് പോകണം. സോറി പറയാൻ വന്ന എന്നെ താൻ

ഇൻസൾട്ട് ചെയ്തില്ലേ. പ്രതിരോധം കൊണ്ട് മാത്രമാണ് തന്നെ ഞാൻ കുത്തിയത്. എന്നിട്ടും എൻറെ ഭാഗത്താണ് തെറ്റ് എന്ന കുറ്റബോധത്തോടാണ് ഞാൻ തന്നോട് മാപ്പ് പറയാൻ വന്നത്." അലൻ:"ഇങ്ങനെ ദേഷ്യപ്പെടല്ലേ റോസ്. എനിക്കാണ് തെറ്റുപറ്റിയത്. ഞാനല്ലേ മാപ്പ് പറയേണ്ടത്. തന്നെ ദേഷ്യപ്പെടുത്താൻ ഞാൻ മനപ്പൂർവ്വം പറഞ്ഞതാണ്." റോസ്:"സോറി അലൻ..എനിക്ക് പെട്ടെന്ന് ദേഷ്യം വന്നു. ഐ ആം സോറി." അലൻ:"എയ്. അതിൻറെ ആവശ്യമില്ല. എനിക്ക് താൻ ലാസ്റ്റ് ഹഗ് തരൂ. പ്ലീസ് റോസ്." റോസ്:"അതിൻറെ ആവശ്യമുണ്ടോ. നമ്മളിനിയും കാണേണ്ടവരല്ലേ." അലൻ:"അതെന്താ താനങ്ങനെ പറയുന്നത്. എനിക്കിനി അധികം ആയുസ്സ് ഒന്നുമില്ല. ഡോക്ടർ പറഞ്ഞത് ഞാനും കേട്ടതാ. ടെൻഷനാണ് മെയിൻ പ്രശ്നം. എൻറെ മനസ്സിൽ താൻ മാത്രേയുള്ളൂ. ഒരു കോളേജ് അഫയർ മാത്രമായിരുന്നില്ല അത്. തന്നോടെനിക്ക് സത്യമുള്ള പ്രണയമായിരുന്നു. താൻ അത് മനസ്സിലാക്കിയില്ലെന്നൊരു വിഷമം മാത്രേ എനിക്കുള്ളൂ. ഇനിയും പ്രതീക്ഷിക്കുന്നതിൽ ഒരർഥവുമില്ലല്ലോ." റോസ്:"താനിത്ര സിൻസിയർ ആണെന്ന് എനിക്കറിയില്ലായിരുന്നു. നിനക്ക് കുറേ കോളേജ് ലവ് ഉണ്ടായിരുന്നതു കൊണ്ട് എനിക്ക് തന്നെ അത്ര വിശ്വാസമില്ലായിരുന്നു. ഞാൻ എൻറെ ഹൃദയവും ശരീരവും വേറൊരാൾക്ക് കൈമാറിയിരുന്നു. എനിക്കയാളെ ചീറ്റ് ചെയ്യാനാവില്ല. പക്ഷേ, ഒരു കാര്യം ഞാൻ ഉറപ്പ് തരാം തനിക്കായി ഒരു പെൺകുട്ടി ഉണ്ടാവും. മാത്രമല്ല താനെന്നെക്കാളും അധികം ജീവിക്കുകയും ചെയ്യും." അലൻ:"അങ്ങനെയൊന്നും പറയല്ലേ റോസ്. എനിക്ക് തൻറെ സ്ഥാനത്ത് മറ്റൊരു പെൺകുട്ടിയെ സങ്കൽപ്പിക്കാൻ പോലുമാവില്ല. താനിപ്പോൾ മറ്റൊരാളുടേയാണെന്ന് എനിക്ക് അറിയാം. എന്നാലും താൻ എന്നും എൻറെ മനസ്സിലുണ്ടാവും. താനിപ്പൊ ചെല്ല്." അത്രയും സമയം വളരെയധികം സങ്കടത്തിലായിരുന്ന റോസ് ഓടിച്ചെന്ന് അലനെ ഹഗ് ചെയ്തു. അലനും വളരെ സന്തോഷമായി. റോസ്:"തന്നെ മനസ്സിലാക്കാൻ കഴിയാത്തതിൽ വിഷമമമുണ്ട്. പഴയ കാര്യങ്ങളൊക്കെ ഞാൻ മറക്കുകയാ. മറ്റൊരാൾക്ക് മോതിരം കൈമാറിയില്ലായിരുന്നെങ്കിൽ ഞാൻ തൻറേതു മാത്രമാവുമായിരുന്നു." അലൻ:"ഞാൻ തന്നെയാണ് അന്ന് തെറ്റ് ചെയ്തത്. തന്നെ ദ്രോഹിച്ച ഒരാളോട് ഇത്ര നന്നായി പെരുമാറാൻ തനിക്ക് സാധിക്കുന്നല്ലോ. തൻറെ മനസ്സ് നല്ലതാ. താൻ ക്ഷമിച്ചെന്ന് പറഞ്ഞപ്പോഴേ എനിക്ക് സന്തോഷമായി. നമുക്ക് നല്ല സുഹൃത്തുക്കളായിരിക്കാം."

അവർ ഒന്നിക്കുന്നു

അവർ മൂന്നുപേരും നല്ല സുഹൃത്തുക്കളായിരുന്നു. ജീവിതത്തിൽ അനേകം പ്രതിസന്ധികൾ വന്നെങ്കിലും അവർ സുഹൃത്തുക്കളുടെ ദൃഢതയ്ക്ക് മുന്നിൽ അതെല്ലാം അലിഞ്ഞില്ലാതെയായി.

www.ingramcontent.com/pod-product-compliance
Lightning Source LLC
Chambersburg PA
CBHW051132160726
47997CB00018B/1531